રેડીઓ નો ઇતિહાસ

મિહિર જાગૃતિ વોરા

આ પુસ્તક હું મારા માતા પિતા, મોટા ભાઈ ભાભી
અને નાની પ્રિય ભત્રીજી ને અર્પણ કરું છું

સામગ્રી

પ્રસ્તાવના

આ પુસ્તક માં મારા લખેલા રેડીઓ નો ઇતિહાસ નિબંધ નો ઉલ્લેખ છે જેમાં મેં વિવિધ સંદભી નો આધાર લીધો છે.

સ્વીકૃતિઓ

આ પુસ્તક માટે में વિવિધ લેખ આધારિત માહિતી વિકિપીડિયા ,લેખ ને લાગતા આવેલા વિવિધ અખબારી અહેવાલ અને જે તે લેખક ના લેખ ના સંદર્ભ નો સહારો લીધો છે તે સૌ નો હું આભાર માનું છું .

અનુક્રમણિકા

1
રેડીઓ નો ઇતિહાસ

મિત્રો કોરોના સમય માં રેડીઓ ગણો કામ આવ્યો લોકડાઉન સમયે વિવિધ મનોરંજક ને આરોગ્યપ્રદ જાણકારી ને કારણે .અત્યારના ફાસ્ટ ટ્રેક ન્યૂઝના જમાનામાં જ્યારે મીડિયાની વિશ્વસનીયતાનો મુદ્દો જ કોરાણે મુકાઈ ગયો છે.વિશ્વમાં લગભગ 44,000 જેટલા રેડિયો સ્ટેશન્સ આવેલા છે. વિકસતા હોય તેવા દેશોના લગભગ 75 ટકા ઘરોમાં રેડિયોનું પ્રસારણ ઉપલબ્ધ છે.

સેટેલાઈટ રેડિયો, સામુદાયિક રેડિયો, બ્રોડબેન્ડ રેડિયો, કેમ્પસ રેડિયો, એફ.એમ. રેડિયો, એ.એમ રેડિયોના રૂપે આજે રેડિયો આપણને મનોરંજન, શિક્ષણ અને માહિતી આપતું સરળ અને સુલભ, શ્રાવ્ય માધ્યમ બની ગયું છે.

શિક્ષણના પ્રચાર, અભિવ્યક્તિની સ્વતંત્રતા, સાર્વજનિક ચર્ચા અને અન્ય સમાજ ઉપયોગી કાર્યોમાં રેડિયોની ભૂમિકા અદભૂત રહી છે. જનને લોકો સમક્ષ લઈ જવા સંયુક્ત રાષ્ટ્ર સંઘ શૈક્ષણિક, વૈજ્ઞાનિક અને સાંસ્કૃતિક સંગઠને પહેલી વાર 13 ફેબ્રુઆરી 2012ના રોજ વિશ્વ રેડિયો દિવસ ઊજવ્યો અને ત્યારબાદ દર વર્ષે 13 ફેબ્રુઆરીના રોજ વિશ્વમાં રેડીયો દિવસની ઉજવણી શરૂ થઈ.

13 ફેબ્રુઆરી એટલે 'સંયુક્ત રાષ્ટ્ર રેડિયો'ની જન્મતારીખ. આ દિવસે જ વર્ષ 1946માં સંયુક્ત રાષ્ટ્ર રેડિયોની શરૂઆત થઈ હતી. માટે આ દિવસની ખાસ પસંદગી સંયુક્ત રાષ્ટ્ર દ્વારા કરવામાં આવી છે.

આમ જુઓ તો ભારતમાં રેડિયોની શરૂઆત 1923માં થઇ હતી પરંતુ પછી કાંઇક કંપની ખાદામાં ગઇ અને અંતે 1930થી ભારત સરકાર દ્વારા આકાશવાણીની શરૂઆત થઇ. આ ઘટનાને આજે વર્ષોના વાણા વીતી ગયા છે પરંતુ રેડિયોના ચાહકો આજે પણ ગણ્યા-ગાંઠ્યા જેવા મળે છે.

યુનેસ્કોએ 13 ફેબ્રુઆરીને વર્લ્ડ રેડિયો તરીકે જાહેર કર્યી છે તે ખરેખર ગૌરવની વાત છે. છેલ્લા ચાર દાયકાથી એક વિશેષ કર્ણપ્રિય સંગીત સાથે 5.58 મિનિટે અમદાવાદનું આકાશવાણી સ્ટેશન ખુલે અને મોડી રાતે BBC લંડનના સમાચાર દ્વારા તે દિવસનું પ્રસારણ પુર્ણ થતું.

બિનાકા ગીત માલા પ્રભાતિયા અને રેડિયો સિલોન પર આવતી સ્મરણ મંજૂષાની યાદો આજે પણ હેમખેમ છે.અને ખાસ શાણાભાઈ શકરાભાઈ તો ક્યારેય ભૂલ્યા ભૂલાય તેવા નથી.જૂની રંગભૂમિના ગીતો અને ખાસ કરીને રાત્રે 8થી9 આવતો ફરમાઇસ કાર્યક્રમ દ્વારા હૈયે હરખની હેલીઓ ઉભરાતી.

આજે પણઘણાં એવા ઘર પણ જોયા છે જ્યાં રેડિયોના ચોક્કસ કાર્યક્રમ સાંભળવા માટે લોકો રેડિયો વચ્ચે મુકીને એક મોટું ચક્કર બનાવીને બેઠા હોય. આખો છે', આજે આખો દિવસ દિ મોબાઇલ મંતરતી પેઢીને આ રેડિયો સેટની ખબર છે પરંતુ તેના જાજરમાન ઇતિહાસ અને તેની સાથે જોડાયેલ ઘરના વડિલોના સંસ્મરણોની નથી ખબર આજે વિશ્વ રેડિયો દિવસ નિમિત્તે આપણે પણ એક રેડિયો વસાવીને તેની અસલ ઓળખને ઝાંખી થતાં અટકાવીએ.

વર્તમાન સમયમાં ટેક્નોલોજીએ ખૂબ જ પ્રગતિ કરી છે. ટેલિવીઝન બાદ મોબાઇલ, સોશિયલ મીડિયા ઘણું લોકપ્રિય થયું છે અને, ઇન્ટરનેટ પર "ઓન-ડીમાન્ડ" કાર્યક્રમોનું ચલણ વધ્યું છે. તેમ છતાં પણ રેડિયો કાર્યક્રમો સંભાળવા કેમ ગમે છે, એ વિષયે નીલેશભાઈ ઠાકર, આરતીબહેન, ઉદ્ધવ, મિહિરભાઈ ભટ્ટ અને સંગીતાબેન દવે તેમના અનુભવો વહેંચતા કહે છે ...

વિદેશમાં રહીને પણ એસબીએસ રેડિયો પર વતનમાં બની રહેલી ઘટનાઓ અંગેના સમાચાર સાંભળવા મળે છે.
ભૂતકાળમાં ટેલિવીઝન નહોતા ત્યારે ક્રિકેટ કોમેન્ટ્રી રેડિયો પર પ્રસારીત થતી હતી અને ઘરના સભ્યો અને પાડોશીઓ એક સાથે

બેસીને તે સાંભળતા હતા.

સામાન્ય રીતે સોશિયલ મીડિયા પર આવતા સમાચારની વિશ્વસનીયતાની તપાસ થઇ શકતી નથી તેથી, તે ખોટા પણ હોઇ શકે છે પરંતુ એસબીએસ રેડિયો પર આવતા સમાચાર વિશ્વસનીય હોવાથી રેડિયો સાંભળે છે.

ઓસ્ટ્રેલિયામાં એસબીએસ ગુજરાતી રેડિયો પર વિવિધ વિષયો વિશેની રસપ્રદ માહિતી મળે છે. વિવિધ પ્રકારની પ્રવૃત્તિ કરતા સમયે પણ રેડિયો સાંભળી શકાતો હોવાથી તેની લોકપ્રિયતા અંકબંધ છે. વિવિધ શ્રોતાઓના મતે બાળપણથી જ સાંભળેલા અનેક રેડિયો કાર્યક્રમોએ તેમના પર ઉંડી છાપ છોડી છે અને રેડિયો પર પ્રસારિત થતા ગીતો તેમને જૂના દિવસો યાદ કરાવે છે.

વર્ષ 1896માં ગુઇગ્લાઇમો મેક્રોનીએ સૌ પ્રથમ રેડિયો ટ્રાન્સમિશન સેટ કર્યું હતું. એટલે જ તેમને "ફાધર ઓફરેડિયો" નું બિરુંદઆપવામાંઆવ્યુંછે.

તેમણે અવાજ નહીં ફક્ત રેડિયો સિગ્નલ મોકલ્યા હતા. રેડિયોમાં અવાજ 1900ની આસરપાસ મોકલવામાં આવ્યો હતો.

જો સેટેલાઇટને ગણતરીમાં લેવામાં આવે તો સમગ્ર દુનિયા બ્રોડકાસ્ટિંગથી જોડાયેલી છે.

વર્ષ 1900માં ગુલ્યેલ્મો માક્રોનીએ રેડિયો સંદેશ મોકલવામાં સફળતા મેળવી લીધી હતી. તેણે સૌપ્રથમ એક વ્યક્તિગત રેડિયો સંદેશ ઇંગ્લેન્ડથી અમેરિકા મોકલવામાં સફળતા મેળવી. કોઈ પણ તાર વગર (વાયરલેસ) ખૂબ લાંબા અંતરે સંદેશો મોકલવાની શરૂઆત માક્રોનીએ કરી હતી. ત્યારબાદ 24 ડિસેમ્બર 1906ની એક સુંવાળી સાંજે કેનેડાના વિજ્ઞાની રેગિનાલ્ડ હેસેન્ડેને જ્યારે પોતાનું વાયોલિન વગાડ્યું ત્યારે એટલાન્ટિક મહાસાગરમાં તરતાં તમામ જહાજોના રેડિયો ઓપરેટરોએ વાયોલિનના સૂર પોતાના રેડિયો સેટ પર સાંભળ્યા.

આમ માક્રોની અને રેગિનાલ્ડના આ સફળ પ્રયોગ પછી રેડિયો પ્રસારણના ક્રાંતિકારી પ્રયોગો શરૂ થયા. 1920માં નૌસેનાના રેડિયો વિભાગના નિવૃત્ત ફ્રેંક કોનાર્ડે રેડિયો સ્ટેશન શરૂ કરવાની પરવાનગી મળી. રેડિયો સ્ટેશન શરૂ કરવાની મંજૂરી મળી હોય તેવો આ દુનિયાનો

પહેલો વ્યક્તિ હતો. પછી થોડાંક જ વર્ષોમાં દુનિયાભરમાં સેંકડો રેડિયો સ્ટેશન ખૂલી ગયાં.

જૂન 1923માં ભારતમાં 'રેડિયો ક્લબ ઓફ બોમ્બે' નામનું પહેલું અને ખાનગી રેડિયો પ્રસાર શરૂ થયું. તેના પાંચ જ મહિના બાદ નવેમ્બર 1923માં 'કલકત્તા રેડિયો ક્લબ'ની સ્થાપના થઈ. આ પણ એક ખાનગી રેડિયો ક્લબ હતું. 23 જુલાઈ 1927ના રોજ ઇન્ડિયન બ્રોડકાસ્ટિંગ કંપનીની શરૂઆત થઈ જે ત્રણ વર્ષ બાદ 'ઇન્ડિયન બ્રોડકાસ્ટિંગ સેવા'માં રૂપાંતરિત થઈ. ઓગસ્ટ 1935માં લિયોનેલ ફીલ્ડનને ભારતના પ્રથમ પ્રસારણ નિયંત્રક બનાવવામાં આવ્યા.

મહત્વની વાત એ છે કે 1935 પછી આકાશવાણીની એન્ટ્રી થઈ. સપ્ટેમ્બર 1935ના રોજ મૈસૂરમાં શ્રી એમ.બી. ગોપાલાસ્વામીએ "આકાશવાણી નામનું ખાનગી રેડિયો સ્ટેશન શરૂ કર્યું હતું. જો કે તેના એક જ વર્ષ પછી 8 જૂન 1936ના રોજ બધા જ સરકારી, ખાનગી પ્રસારકોનું રાષ્ટ્રીયકરણ કરવામાં આવ્યું અને "ઓલ ઇન્ડિયા રેડિયોની સ્થાપના કરવામાં આવી.

સ્વતંત્રતા પછી 1956માં 'ઓલ ઇન્ડિયા રેડિયો'નું નામ બદલીને "આકાશવાણી રાખવામાં આવ્યું અને તે એક રાષ્ટ્રીય પ્રસારણ માધ્યમના રૂપે બહાર આવ્યું. રેડિયો નાટકો, કવિ સંમેલન, વાર્તાલક્ષી જુદા જુદા વિષયો પરના ફીચર, લોકગીતો, ગ્રામ્યલક્ષી કાર્યક્રમો, હવામાન સમાચાર જેવા ઘણા વૈવિધ્યપૂર્ણ કાર્યક્રમો ઓલ ઇન્ડિયા પર પ્રસારિત થવા લાગ્યા. જૂનાં ફિલ્મી ગીતો અને ક્રિકેટની કોમેન્ટરી સાંભળવા લોકોનો જુસ્સો અને ઉત્સાહ વધવા લાગ્યો.

રેડિયોની ઓળખ ક્રિકેટ કોમેન્ટરી અને જૂનાં ગીતોથી થવા લાગી. પાડોશી દેશ શ્રીલંકાએ પણ રેડિયો સિલોન થી ભારતીય જનતાના માનસપટ પર રાજ કર્યું તેના અત્યંત લોકપ્રિય કાર્યક્રમ 'બિનાકા ગીતમાલા'થી અમીન સાયાની તેના બ્રાન્ડ બની ગયા. તેમનો અવાજ જ તેમની ઓળખ બની ગઈ.

રેડિયો સીલોનને ટક્કર આપવા જ ભારતમાં 'વિવિધ ભારતી'ની શરૂ આત થઈ. ગુજરાત રાજ્યમાં સૌ પ્રથમ વડોદરા ખાતે રાજવી ગાયકવાડ પરિવાર દ્વારા 1939માં રેડિયો સ્ટેશન શરૂ કરાયું. જે આઝાદી બાદ સરકારશ્રીને સોંપી દિધેલ 1949માં અમદાવાદમાં

રેડિયો સ્ટેશન શુભારંભ કરાયો જ્યારે રાજ્યનાં ત્રીજા રેડિયો સ્ટેશનની 1955માં રાજકોટ કેન્દ્રની શરૂઆત થઈ.

આજે જે રીતે દરેકના હાથમાં મોબાઈલ જોવા મળે છે તેવી જ રીતે એક સમયે દરેક ઘરમાં રેડિયો જોવા મળતા હતા. પરંતુ આજે પોર્ટેબલ રેડિયો ઇતિહાસ બનતો જઈ રહ્યો છે, પરંતુ એફ.એમ. ચેનલ અને ઇન્ટરનેટ રેડિયોની ધુમ છે. જોકે ગ્રામીણ વિસ્તારોમાં આજે પણ રેડિયોની પહોંચ ઘણી વધુ છે. બની શકે કે તમારામાંથી કોઇપણનાં ઘરમાં રેડિયો હોય. દર વર્ષે 14 ફેબ્રુઆરીએ વર્લ્ડ રેડિયો ડેના રૂપમાં ઉજવવામાં આવે છે. આ અવસર પર તમે પણ જાણો રેડિયોના સફરની રોચક જાણકારી.

વર્લ્ડ રેડિયો દિવસની શરૂઆત ૨૦૧૨ થી થઈ. કિંગડમ ઓફ સ્પેનની રીક્વેસ્ટ પર યુનેસ્કોએ 3 નવેમ્બર 2011 મા જનરલ કોન્ફરન્સમાં ૧૩ ફેબ્રુઆરીએ વર્લ્ડ રેડિયો દિવસના રૂપમાં જાહેર કર્યો હતો. ત્યારબાદ થી વર્ષ 2012 થી દર વર્ષે ૧૩ ફેબ્રુઆરીએ આખી દુનિયામાં રેડિયો ડે ના રૂપમાં ઉજવવામાં આવે છે.

૨૪ ડિસેમ્બર ૧૯૦૬ ની સાંજે કેનેડીયન વૈજ્ઞાનિક રેગીનાલ્ડ ફેસેડેને જ્યારે પોતાનું વાયોલીન વગાડ્યું ત્યારે એટલાન્ટિક મહાસાગરમાં તરી રહેલા બધા જ જહાજોના રેડિયો ઓપરેટરો એ આ સંગીત પોતાના રેડિયો સેટ પર સાંભળ્યું હતું. ત્યાંથી દુનિયામાં રેડિયો પ્રસારણની શરૂઆત માનવામાં આવે છે. ત્યારબાદ તે જ સાંજે ફેન્સી ડે એ પોતાના અવાજમાં ગીત પણ ગાયું હતું અને બાઇબલમાંથી થોડીક પંક્તિઓ પણ વાંચી હતી. તેના પહેલા પણ માર્કોની એ વર્ષ 1900માં ઇંગ્લેન્ડ થી અમેરિકા તાર વિના સંદેશ મોકલીને વ્યક્તિગત સંદેશ મોકલવાની શરૂઆત કરી દીધી હતી. પરંતુ એક થી વધુ વ્યક્તિઓને એકીસાથે સંદેશ મોકલવા કે બ્રોડકાસ્ટિંગની શરૂઆત 1906માં ફેસેડેને શરૂઆતથી થઈ હતી.

રેડિયો તેના વિકાસને બે અન્ય શોધોમાં આપે છે: ટેલિગ્રાફ અને ટેલિફોન. ત્રણેય ટેકનોલોજિ નજિકથી સંબંધિત છે. રેડિયો ટેકનોલોજિ ખરેખર "વાયરલેસ ટેલિગ્રાફી" તરીકે શરૂ થઈ હતી.

"રેડિયો" શબ્દ ઇલેક્ટ્રોનિક સાધન કે જે તેની સાથે સાંભળે છે અથવા તેમાંથી વગાડતા સામગ્રીનો ઉલ્લેખ કરી શકે છે. કોઈ પણ

સંજોગોમાં, તે બધા "રેડિયો તરંગો" અથવા ઇલેક્ટ્રોમેગ્નેટિક મોજાઓની શોધ સાથે શરૂઆત કરે છે જે હવામાં દ્વારા અદ્રશ્ય રીતે સંગીત, વાણી, ચિત્રો અને અન્ય માહિતીને પ્રસારિત કરવાની ક્ષમતા ધરાવે છે.

રેડિયો, માઇક્રોવેવ્સ, કોર્ડલેસ ફોન, રિમોટ કંટ્રોલ રમકડાં, ટેલિવિઝન બ્રોડકાસ્ટ્સ અને વધુ સહિત ઇલેક્ટ્રોમેગ્નેટિક મોજાઓનો ઉપયોગ કરીને ઘણા ઉપકરણો કામ કરે છે.

1860 ના દાયકા દરમિયાન, સ્કોટીશ ભૌતિકશાસ્ત્રી જેમ્સ ક્લાર્ક મેક્સવેલએ રેડિયો તરંગોના અસ્તિત્વની આગાહી કરી હતી. 1886 માં, જર્મન ભૌતિકશાસ્ત્રી હેનરિચ રુડોલ્ફ હર્ટ્ઝે દર્શાવ્યું હતું કે વિદ્યુત પ્રવાહની ઝડપી ભિન્નતા રેડિયો તરંગોના સ્વરૂપમાં અવકાશમાં પ્રગટ કરી શકાય છે, જે પ્રકાશ અને ગરમીના સમાન છે.

1866 માં, એક અમેરિકન દંત ચિકિત્સક, માહલોન લુમિસે સફળતાપૂર્વક "વાયરલેસ ટેલિગ્રાફી" દર્શાવ્યું. લુમિસે એક પતંગથી જોડાયેલા મીટરને બીજા એકને ખસેડવાનું કારણ બનાવી શક્યું હતું. આ વાયરલેસ એરિયલ કમ્યુનિકેશનનું પ્રથમ જાણીતું ઉદાહરણ છે.

પરંતુ તે ગુગલઇઓ માકોની છે, જે એક ઇટાલિયન શોધક છે, જેણે રેડિયો સંચારની શક્યતા ચકાસી હતી. તેમણે 18 9 5 માં ઇટાલીમાં તેનો પ્રથમ રેડિયો સિગ્નલ મોકલ્યો અને પ્રાપ્ત કર્યો. 1899 સુધીમાં તેમણે ઇંગ્લિશ ચેનલમાં પ્રથમ વાયરલેસ સિગ્નલ લગાડ્યો અને બે વર્ષ બાદ "એસ," જે ઇંગ્લેન્ડથી ન્યૂફાઉન્ડલેન્ડમાં મોકલવામાં આવ્યો હતો તે પત્ર મળ્યો. 1902 માં આ પ્રથમ સફળ ટ્રાન્સએટલાન્ટિક રેનોટીગ્રાફ સંદેશ હતો.

માકોની ઉપરાંત, તેમના સમકાલિનકારો, નિકોલા ટેસ્લા અને નાથન સ્ટફ્લેફિલ્ડે બે વાયરલેસ રેડિયો ટ્રાન્સમીટર માટે પેટન્ટો લીધો હતો. નિકોલા ટેસ્લાને હવે પેટન્ટ રેડિયો ટેક્નોલોજીની પ્રથમ વ્યક્તિ તરીકે ગણવામાં આવે છે. સુપ્રીમ કોર્ટ ટેસ્લાની તરફેણમાં 1943 માં માકોનીના પેટન્ટને ઉથલાવી

રેડિયો-ટેલિગ્રાફી રેડિયો તરંગો દ્વારા ટેલિગ્રાફમાં ઉપયોગમાં લેવાતા તે જ ડોટ-ડેશ સંદેશ (મોર્સ કોડ) મોકલવામાં આવે છે. તે સમયે ટ્રાન્સમિટર્સને સ્પાર્ક-ગેપ મશીન કહેવામાં આવતું હતું. તે

મુખ્યત્વે જહાજ-થી-કિનારા અને જહાજ-જહાજ સંચાર માટે વિકસાવવામાં આવી હતી. આ બે પોઇન્ટ વચ્ચે વાતચીત કરવાનો એક માર્ગ હતો. જો કે, તે જાહેર રેડિયો પ્રસારણ ન હતું કારણ કે આજે આપણે જાણીએ છીએ.

જ્યારે વાતાવરણમાં દુર્ઘટના થાય ત્યારે બચાવ કાર્ય માટે સંદેશાવ્યવહારમાં અસરકારક સાબિત થયા પછી વાયરલેસ સંકેતોનો ઉપયોગ વધ્યો. ટ્રંક સમયમાં, ઘણી સંખ્યામાં સમુદ્ર લાઇનર્સ વાયરલેસ સાધનો પણ સ્થાપિત કરે છે. 1899 માં, યુનાઈટેડ સ્ટેટ્સ આર્મીએ ફાયર આઇલેન્ડ, ન્યૂયોર્કથી લાઇટશિપ બંધ કરી દીધી હતી. બે વર્ષ બાદ, નૌકાદળે વાયરલેસ સિસ્ટમ અપનાવી હતી. ત્યાં સુધી, નૌકાદળ સંદેશાવ્યવહાર માટે દૃશ્ય સંકેતો અને હોસ્પીંગ કબૂતરોનો ઉપયોગ કરતા હતા.

1901 માં, રેનોટોગ્રાફ સર્વિસ પાંચ હવાઇયન ટાપુઓ વચ્ચે યોજવામાં આવી હતી. 1 9 03 સુધીમાં, વેલ્ફ્લેટમાં સ્થિત માકીની સ્ટેશન, મેસેચ્યુસેટ્સે રાષ્ટ્રપતિ થિયોડોર રૂઝવેલ્ટ અને કિંગ એડવર્ડ VII વચ્ચે વિનિમય કે શુભેચ્છા પાઠવ્યા હતા. 1 9 05 માં રુસો-જાપાનીઝ યુદ્ધમાં પોર્ટ આર્થરના નૌકાદળની લડાઇ વાયરલેસ દ્વારા મળી હતી. અને 1906 માં, યુ.એસ. વેધર બ્યુરોએ હવામાન પરિસ્થિતિઓની નોટિસને ઝડપી બનાવવા રેડીયોલીગ્રાફી સાથે પ્રયોગ કર્યો હતો.

1909 માં, રોબર્ટ ઇ. પીરી, એક આર્કટિક સંશોધક, રેડિયોટ્રેગ્રેડ "હું ધ પોલને મળી." 1 9 10 માં, માકીનીએ નિયમિત અમેરિકન-યુરોપીયન રેડિયોટાઇગ્રાફ સેવા ખોલી, જે ઘણા મહિનાઓ પછીથી બચી ગયેલા બ્રિટિશ ખૂનીને ઉચ્ચ સમુદ્રો પર કબજો કરવા સક્ષમ બન્યો. 1 9 12 માં, હવાઈમાં સાન ફ્રાન્સિસ્કોને જોડતી પ્રથમ ટ્રાન્સાપેસીસ રેડિયોટાઇગ્રાફ સેવાની સ્થાપના કરવામાં આવી હતી.

દરમિયાનમાં, વિદેશી રેડિયોટાઇગ્રાફ સેવા ધીમે ધીમે વિકસિત થઈ, કારણ કે પ્રારંભિક રેડિયોટેલાઇગ્રાફ ટ્રાંસમીટર જે સર્કિટમાં અને ઇલેક્ટ્રોડ્સ વચ્ચેની વીજળીને વિસર્જિત કરી દીધી હતી તે અસ્થિર હતું અને ઉચ્ચ દખલગીરીનું કારણ બની હતી. એલેક્ઝાન્ડરસન ઉચ્ચ-આવર્તન વૈકલ્પિક અને ડી ફોરેસ્ટ ટ્યૂબ આખરે આ પ્રારંભિક તકનીકી

સમસ્યાઓની ઘણાં ઉકેલે છે.લી ડાંફોર્સ્ટએ સ્પેસ ટેલિગ્રાફી, ટ્રાયઅડ એમ્પ્લીફાયર અને ઓડિઓનની શોધ કરી હતી.

1900 ની શરૂઆતમાં, રેડિયોના વધુ વિકાસ માટે મોટી જરૂરિયાત ઇલેક્ટ્રોમેગ્નેટિક વિકિરણનું કાર્યક્ષમ અને નાજુક ડિટેક્ટર હોવાનું હતું. તે ડી ફોરેસ્ટ હતું જેણે તે ડિટેક્ટર આપ્યું હતું. આનાથી રીસીવર ડિટેક્ટરને એપ્લિકેશન પહેલાં એન્ટેના દ્વારા લેવામાં આવતી રેડિયો ફ્રીક્વન્સી સિગ્નલને વધારવું શક્ય બન્યું. આનો અર્થ એ થયો કે અગાઉ જેટલું શક્ય હતું તેના કરતા વધુ નબળા સંકેતોનો ઉપયોગ થઈ શકે છે. ડી ફોરેસ્ટ એવી વ્યક્તિ પણ હતી જેમણે "રેડિયો" શબ્દનો પહેલો ઉપયોગ કર્યો હતો.

લી ડેવનસના કામનું પરિણામ કંપનવિસ્તાર-મોડ્યુલેટ અથવા એએમ રેડિયોનું શોધ હતું જે રેડિયો સ્ટેશનોની સંખ્યા માટે માન્ય હતું. અગાઉના સ્પાર્ક-ગેપ ટ્રાન્સમીટર દ્વારા આ માટે મંજૂરી આપવામાં આવી નથી.

1915 માં, રેડીઓ વાણીને પ્રથમ ન્યૂ યોર્ક સિટીથી સાન ફ્રાન્સિસ્કો અને એટલાન્ટિક મહાસાગર સુધી ફેલાયેલી હતી. પાંચ વર્ષ બાદ, વેસ્ટીંગહાઉસના કેડીકેએ-પિટ્સબર્ગે હાર્ડિંગ-કોક્સ ચૂંટણીના વળતરનું પ્રસારણ કર્યું અને રેડિયો કાર્યક્રમોના દૈનિક શેડ્યૂલ શરૂ કર્યાં. 1 9 27 માં યુરોપ સાથે ઉત્તર અમેરિકાને જોડતી વેપારી રેડીયોટેલેફની સેવા ખોલવામાં આવી હતી. 1 9 35 માં, વાયર અને રેડિયો સર્કિટના મિશ્રણનો ઉપયોગ કરીને પ્રથમ ટેલિફોન કોલ વિશ્વભરમાં બનાવવામાં આવી હતી

એડવિન હોવર્ડ આર્મસ્ટ્રૉંગે 1933 માં ફ્રિક્વન્સી-મોડ્યુલેટ અથવા એફએમ રેડિયોની શોધ કરી. એફએમએ ઇલેક્ટ્રિકલ ઇક્વિપમેન્ટ અને પૃથ્વીના વાતાવરણને કારણે સ્થિર અવાજને નિયંત્રિત કરીને રેડિયોના ઓડિયો સિગ્નલમાં સુધારો કર્યો. 1936 સુધી, તમામ અમેરિકન ટ્રાન્સએટલાન્ટિક ટેલિફોન સંચાર ઇંગ્લેન્ડ દ્વારા રવાના થવું પડ્યું હતું. તે વર્ષે, સીધી રેડિયોટાઇલેન સર્કિટ પેરિસ માટે ખોલવામાં આવી હતી.રેડિયો અને કેબલ દ્વારા ટેલિફોન કનેક્શન હવે 187 વિદેશી પોઇન્ટ સાથે સુલભ છે.

1965 માં, ન્યૂ યોર્ક શહેરમાં એમ્પાયર સ્ટેટ બિલ્ડિંગમાં વ્યક્તિગત એફએમ સ્ટેશનો વારાફરતી એક સ્રોતથી પ્રસારિત કરવા માટે વિશ્વની પ્રથમ માસ્ટર એફએમ એન્ટેના સિસ્ટમ બનાવવામાં આવી હતી.શ્રવણશક્તિની મર્યાદા હોવા છતાં વૃદ્ધો ક્યારેય ક્રિકેટ મેચની કોમેન્ટ્રી સાંભળવાનું કે અમીન શયાની અને મોહમ્મદ રફીના ગીતો સાંભળવાનું ક્યારેય નથી ભૂલતા.

એક જમાનામાં તો રેડિયોનો મોટો વૈભવ હતો. ગામમાં જેની પાસે રેડિયો હોય તે વ્યક્તિ ગામડામાં શ્રીમંત કે મોભેદાર ગણાતો. જેની પાસે રેડિયો હોય તેના માનપાન વધી જતા. ગામમાં કોઇ નવો રેડિયો લાવે એટલે તેને જોવા માટે લોકો ટોળા વળતા. સાઇકલમાં આગળ લગાડેલ એક લોખંડનું સ્ટેન્ડ અને તેમાં બેસાડેલ પૌત્ર કે પૌત્રીને લઇને દાદા રેડિયો સાંભળતા ગામની ઉભી બજારેથી નીકળતા આ દ્રશ્યો અનેક વખત નરી આંખે જોયા છે. વડીલો પાસેથી તો તેવી પણ વાતો સાંભળવા મળી છે કે રેડિયો સાંભળવાના લાયસન્સ લેવા પડતા'તા.

5.58 મિનિટે આકાશવાણીનું સ્ટેશન ખુલે અને શરૂ થતાં પ્રભાતિયાએ શુભદિવસના શ્રીગણેશ કરાવતા. પરોઢે વાસીદ્ વાળતી કે રોટલા ટીપતી ગામડાંની મહિલાઓ માટે રેડિયો આખા દિવસનું એનર્જી ડ્રિન્ક્સ કહેવાતું. આ તમામ દ્રશ્યો દિવસે-દિવસે મૃત:પ્રાય બની રહ્યા છે જેનું ઘણું દુ:ખ છે.

૧૨મી નવેમ્બર ૧૯૪૭ના રોજ તેમણે ઓલ ઇન્ડિયા રેડિયોએ ગાંધીજીનો પહેલો અને છેલ્લો લાઇવ મેસેજ બ્રોડકાસ્ટ કર્યો હતો.

ગાંધીજી એક જ વાર રેડિયો પર આવ્યા હતા અને તે દિવસની યાદમાં તા.૧૨મી નવેમ્બરને 'પબ્લિક સર્વિસ બ્રોડકાસ્ટ ડે' તરીકે ઉજવવામાં આવે છે. તે 'જન પ્રસારણ દિન' તરીકે પણ ઓળખાય છે. એ વખતે ગાંધીજી નહોતા તો વડા પ્રધાન કે નહોતા રાષ્ટ્રપતિ. પરંતુ તેઓ એક સામાન્ય નાગરિકની જેમ આકાશવાણીના સ્ટુડિયોમાં જઇ બોલ્યા હતા.

આઝાદી પછીનું ભારત હવે ૭૫ વર્ષની વયને વટાવી ગયું છે. વર્ષો પહેલાં ઓલ ઇન્ડિયા રેડિયો દેશની ધડકન હતો. રેડિયો જ મનોરંજન અને માહિતીના શ્રેષ્ઠ સ્રોત હતો. ક્રિકેટની કોમેન્ટ્રી પણ દેશના લાખો લોકો રેડિયો પર સાંભળી ઝૂમી ઉઠતા. વિજય મરચન્ટ એક જમાનાના

શ્રેષ્ઠ રેડિયો કોમેન્ટ્રેટર હતા. પોલી ઉમરીગર, જસદેવ સિંહે, વિનુ માંકડ અને અબ્બાસ અલી બેગ જેવા ક્રિકેટના ખેલાડીઓની દમદાર રમતની કોમેન્ટ્રી સાંભળી લોકો ભાવાવેશમાં આવી જતા.

જસદેવ સિંહે 'આકાશવાણી'ની સાથે સાથે દૂરદર્શન માટે પણ ૩૫ વર્ષ સુધી સેવાઓ આપી હતી. ભારતીય રેડિયો અને પત્રકારત્વના શિખર પુરુષ રહેલા જસદેવ સિંહે ૯ ઓલિમ્પિક, ૮ વર્લ્ડ કપ હોકી અને ૬ વિશ્વકપ એશિયન ગેમ્સમાં શ્રોતાઓને અને દર્શકોને મંત્રમુગ્ધ કરી દેતી કોમેન્ટ્રી આપી હતી. એમણે કુલ ૪૭ વખત દિલ્હીમાં પ્રજાસત્તાક દિનની પરેડનો પણ આંખે દેખ્યો અહેવાલ આપ્યો હતો. તેમને પહેલાં 'પદ્મ શ્રી' અને તે પછી 'પદ્મ વિભૂષણ' સન્માન પણ પ્રાપ્ત થયું છે.

ગુજરાત માં અમદાવાદમાં ઓલ ઇન્ડિયા રેડિયો માટેનું રેડિયો સ્ટેશન લાવવાનો યશ સરદાર વલ્લભભાઇ પટેલને ફાળે જાય છે. એ વખતે અમદાવાદ શહેરમાં ૧૦૦ જેટલી કાપડની મિલો હતી. અમદાવાદ ભારતનું માન્ચેસ્ટર કહેવાતું હતું. લગભગ એક લાખ મજૂરો આ મિલોમાં કામ કરતા હતા. આ સંદર્ભમાં આકાશવાણીના અમદાવાદ મથકેથી મજૂરભાઇઓ માટેનો એક કાર્યક્રમ પ્રસારિત થતો જેમાં શાણાભાઇ અને શકરાભાઇની જોડી લોકપ્રિય હતી. આ નામો હકીકતમાં કાલ્પનિક હતા પરંતુ ચંદુભાઇ અને ચોખડીયા નામના બે વ્યક્તિઓ શાણાભાઇ અને શકરાભાઇના નામે રોજ લાઇવ કાર્યક્રમ આપતા હતા.

૧૯૬૦ના દાયકામાં ગ્રામ્ય વિસ્તારોમાં વીજળી ના હોઇ રેડિયો ચલાવવા એવરેડી કંપનીની વજનદાર બેટરી જોડવામાં આવતી હતી. શરૂઆતમાં વાલ્વ સિસ્ટમના રેડિયો હતા, પાછળથી ટ્રાન્ઝિસ્ટર્સ આવ્યા. એ જમાનામાં ફિલિપ્સ. મરફી અને નેશનલ ઇકો જેવી બ્રાન્ડના રેડિયો જાણીતા હતા. બહુ ઓછા લોકોને એ વાતની ખબર છે કે રોજ સવારે કાર્યક્રમની શરૂઆતમાં ગાંધીજીના અગાઉ રેકોર્ડ થયેલા પ્રવચનોમાંથી કેટલાંક અંશ ગાંધીજીના જ અવાજમાં પ્રસારિત થતા હતા.

ઇટાલીના મધ્યમ વર્ગના પરિવારમાં જન્મેલા માકોનીએ ઇ.સ. ૧૯૦૧માં વિશ્વમાં સૌપ્રથમ વાયરલેસ સાધન વડે સંદેશાનું પ્રસારણ કરી જગત આખાને અચંબિત કરી દીધું હતું. તેણે ન્યુ ફાઉન્ડલેન્ડના

દરિયાકિનારેથી એટલાન્ટીક મહાસાગર પર સફળ રીતે સંદેશા વહેતા કર્યા હતા. તેની આ શોધ એટલે રેડિયો પ્રસારણનું પ્રથમ ડગ, જે આજે સમગ્ર વિશ્વમાં વ્યાપ્ત બની ગયું છે. વિશ્વમાં સૌ પ્રથમ રેડિયો પ્રસારણનું પ્રાયોગિક સ્ટેશન ઇ.સ.૧૯૦૯માં કેલીફોનીયામાં ચાર્લ્સ હેરલ્ડે સ્થાપ્યું હતું.

ભારતમાં રેડિયો પ્રસારણનો પ્રાયોગિક પ્રારંભ ઇ.સ.૧૯૨૪ની ૩૧મી જુલાઇએ પ્રેસિડેન્સી રેડિયો કલબે મદ્રાસ ખાતે કર્યો હતો. જે કલબના સ્થાપક શ્રી સી.વી.કે. શેટ્ટી હતા. મદ્રાસ બાદ બંગાળ અને મુંબઇમાં પણ રેડિયો પ્રસારણ શરૂ થયું. આમ ઇ.સ.૧૯૨૫માં દેશના ત્રણ મહત્ત્વના શહેરોમાં રેડિયો પ્રસારણ થવા લાગ્યું હતું. પ્રારંભિક સમયમાં ખાનગી રાહે થતા રેડિયો પ્રસારણને ૨૩ જુલાઇ ઇ.સ.૧૯૨૭માં થયેલ કરાર અન્વયે ઇન્ડીયન બ્રોડકાસ્ટીંગ લિમિટેડ કંપનીને મુંબઇ અને કલકત્તા ખાતે ખાનગી રેડિયો પ્રસારણના હક્કો આપ્યા આથી અનુક્રમે તા. ૨૩ અને ૨૬ જુલાઇના રોજ મુંબઇ અને કલક્તામાં રેડિયો સ્ટેશન કાર્યરત બન્યા હતા, જેના પ્રસારણ સમય જતાં બંધ કરી દેવાતા ૧લી એપ્રીલ ઇ.સ.૧૯૩૦માં બ્રિટીશ સરકારે આ પ્રસારણને પોતાના હસ્તક લઇ ઇન્ડીયન સ્ટેટ બ્રોડકાસ્ટીંગ સવીસ નામકરણ સાથે ફરી શરૂ કર્યું. જેને ૮ જુલાઇ ઇ.સ.૧૯૩૬માં ઓલ ઇન્ડીયા રેડીયો નું નામાભિધાન અપાયું

.હાલ રેડિયો એ મનોરંજન ઉપરાંત કૃષિ, આરોગ્ય અને વિકાસલક્ષી યોજનાઓ સાથે અનેકવિધ માર્ગદર્શક કાર્યક્રમોનું પ્રસારણ કરે છે. વિવિધભારતી પ્રસારણ સેવાની લોકપ્રિયતા આજે પણ તેના બેસુમાર ચાહક વર્ગથી મૂલવી શકાય છે. વિવિધ માધ્યમોની હરિફાઇમાં રેડિયોના મહત્ત્વને ધ્યાને લઇને હાલના પ્રધાનમંત્રી શ્રી નરેન્દ્રભાઇ મોદી પણ પોતાની રજૂઆત, સુચનો અને વિચારો લોકો સમક્ષ 'મન કી બાત' કાર્યક્રમ દ્વારા રેડિયો માધ્યમ વડે સીધા સંવાદથી વ્યકત કરે છે, જે રેડિયો માધ્યમની જન-જન સુધીની લોકપ્રિયતાની શાખ પુરે છે.

એક સમયે એવી માન્યતા હતી કે રેડિયો સ્ટેશન પરથી ફિલ્મના ગીતોનું પ્રસારણ થવું ના જોઇએ એ કારણે રેડિયો સિલોન ભારતમાં લોકપ્રિય થયો. છેક કોલંબોમાં આવેલું સિલોનનું રેડિયો મથક દર

બુધવારે રાત્રે ૮ વાગે બિનાકા ગીતમાલા પ્રસારિત કરતું. અમીન સયાની એક આગવા અંદાજમાં આ કાર્યક્રમનું સંચાલન કરતા અમીન સયાનીના અવાજ દેશભરમાં જાણીતો હતો. અમીન સયાનીનો પૂર્વજો મૂળ ગુજરાત- કચ્છના હતા. વર્ષો સુધી તેમના અવાજે હિંદુસ્તાનના કરોડો શ્રોતાઓના દિલ પર રાજ કર્યું.

રેડિયો સિલોનની લોકપ્રિયતા જોઇ ભારત સરકારે ઓલ ઇન્ડિયા રેડિયોની એક વધુ શાખા 'વિવિધ ભારતી' શરૂ કર્યું જે રેડિયો સિલોનની લોકપ્રિયતાને પણ આંબી ગયું. આજે પણ રેડિયોની પ્રાઇવેટ એફ.એમ. ચેનલો કરતાં વિવિધ ભારતી સાંભળવું હ્રદયગંમ લાગે છે.

એ સિવાય દિલ્હી ઓલ ઇન્ડિયા રેડિયો પર જે એક નામ- અવાજ દેશભરમાં ગુંજતા રહ્યા. તેમાંનું એક નામ છે દેવકી નંદન પાંડે. એ વખતે મોટા ભાગે રેડિયો સમાચારની શરૂઆત આ વાક્યથી થતી હતી : 'નમસ્કાર, યે ઓલ ઇન્ડિયા રેડિયો' છે. અબ આપ દેવકી નંદન પાંડે સે સમાચાર સુનિયે. દેવકી નંદન પાંડેને પણ 'પદ્મ શ્રી' સન્માન મળ્યું. પાંડેજી તેમના શુદ્ધ ઉચ્ચારણો માટે જાણીતા હતા. પ્રસંગ અનુસાર તેમના અવાજમાં આરોહ- અવરોહ જોવા મળતો. દા.ત. કોઇ શોકના સમાચાર વાંચતી વખતે તેઓ ઉદાસ અને ગંભીર સ્વરે સમાચાર રજૂ કરતા. આનંદના સમાચાર વાંચતી વખતે તેઓ શ્રોતાઓમાં જોશ ભરી દેતા. તેઓ અલ્મોડાના વતની હતા અને તેમના પહાડી અવાજ માટે જાણીતા હતા. તેઓ ફેબ્રુઆરી ૧૯૪૮માં ઓલ ઇન્ડિયા રેડિયો માટે પસંદગી પામ્યા હતા.

બહુ ઓછા લોકોને એ વાતની ખબર છે કે ફિલ્મ જગતમાં આવતાં પહેલાં એક્ટર સુનીલ દત્તે પણ રેડિયો સિલોન માટે પોતાની સેવાઓ આપી હતી.મશહૂર એક્ટર બલરાજ સાહની, ગાંધીજીના આશીર્વાદ સાથે, રેડિયો ઉદ્ઘોષક તરીકે બીબીસી-લંડનની હિન્દી સેવામાં જોડાવા ઇંગ્લેન્ડ ગયાહતા . તેઓ 1943માં ભારત પાછા ફર્યા હતા , લોકનાયક અભિનેતા અમિતાભ બચ્ચન નો અવાજ રેડીઓ માટે સિલેક્ટ થયો નહતો .

શહેરી જિંદગીમાંથી અસલી રેડિયો ગાયબ થઇ ગયો છે. હવે યુવા પેઢી એફ.એમ. વધુ સાંભળે છે. આ રેડિયોનો નવો અવતાર છે. અલબત્ત, શહેરના લોકો ભલે રેડિયોને ભૂલી ગયા હોય પરંતુ દૂર

દૂરનાં ગામડાંઓમાં, પહાડી વિસ્તારોમાં તથા દ્વીપોમાં આજે પણ લોકો રેડિયોને સાંભળે છે. ભારતના વડા પ્રધાન નરેન્દ્ર મોદીએ રેડિયો પર 'મન કી બાત' દ્વારા રેડિયોને ફરી- પુનર્જીવીત કર્યો છે.

એક સમયે રેડિયો આખાયે ભારત ઉપખંડનો આત્મા હતો. સુગમ સંગીત, સીતાર વાદન, સમાચારો, ગ્રામજનો માટેના કાર્યક્રમો, ભજનો દ્વારા રેડિયો ઘરઘરમાં ગુંજતો હતો. સાંજના ૭ વાગ્યાના સમાચારના કાર્યક્રમ પ્રાઇમ ટાઇમ ગણાતો. એ જમાનામાં બધાના ઘરમાં રેડિયો નહોતો તેથી લોકો કોઇના ઘેર, કોઇ પાનબીડીની દુકાને કે ચાની હોટલે જઇ રેડિયો સાંભળતા.

અતીતમાં નજર નાંખીએ તો ૧૯૨૬માં બ્રિટિશ શાસન વખતે અવિભાજિત ભારતમાં રેડિયો પ્રસારણનો આરંભ થયો હતો. તે વખતે એક પ્રાઇવેટ કંપની 'ઇન્ડિયન બ્રોડકાસ્ટિંગ કંપની લિમિટેડ'ને બે રેડિયો સ્ટેશન સ્થાપવાની મંજૂરી મળી હતી, એક મુંબઇ અને બીજી કલકત્તામાં. પરંતુ આ કંપની ૧૯૩૦ સુધી જ ચાલી શકી. તા. ૮ જૂન ૧૯૩૬ના રોજ ઓલ ઇન્ડિયા રેડિયો અસ્તિત્વમાં આવ્યો એ પછી વર્ષો સુધી રેડિયો ખરીદનારે લાઇસન્સ લેવું પડતું. હવે લાઇસન્સ લેવું પડતું નથી.

રેડિયો પ્રસારણનો વિવિધ લોકોએ રેડિયો પ્રસારણના પ્રયોગ શરૂ કર્યા ત્યાં સુધી રેડિયોનો પ્રયોગ ફક્ત નૌકાદલ સૈન્ય સુધી જ સીમિત હતો. વર્ષ 1917માં પ્રથમ વિશ્વ યુદ્ધની શરૂઆત બાદ બિન સૈન્ય માટે રેડિયોનો ઉપયોગ પ્રતિબંધિત કરવામાં આવ્યો હતો.

સેટેલાઇટ રેડિયો, સામુદાયિક રેડિયો, બ્રોડબેન્ડ રેડિયો, કેમ્પસ રેડિયો, એફ.એમ. રેડિયો, એઐમ રેડિયોના ,રૂપે આજે રેડિયો આપણને મનોરંજન, શિક્ષણ અને માહિતી આપતું સરળ અને સુલભ માધ્યમ બની ગયું છે, ...

રેડિયો અને તેની અત્યાર સુધીની સફર પર થોડીવાર આંખો બંધ કરીને વિચારો... "मैं अमीन सायानी.... फिर मुखातिब हूँ आपसे....થી લઇને "ગુડ મોર્નિંગ ઇન્ડિયા... કહેતા આજના યુવાન રેડિયો જોકી, ગીતમાલાનો એ કાર્યક્રમ, ગીતો સાંભળવા માટે પત્ર લખી ફરમાઈશ કરતા ઝુમરીતલૈયા અને રાજનંદ ગામના લોકો, હાથમાં મોટું રિસીવર=રેડિયો લઇને ફરતા ગામડાના લોકો અને મોબાઈલમાં

એફ.એમ. રેડિયો સાંભળતા આજના લોકો સુધીનો એક આખો સમય તમને યાદ આવી જશે !

રેડિયોની સાચી માહિતી, તેના રોચક અને રોમાંચકારી કિસ્સા સાંભળવા હોય તો ઘરના સૌથી મોટી ઉંમરના વડીલ પાસે જવું પડે. તે વખતે રેડિયો સાંભળવાનો એક રોમાંચ હતો. હિન્દી ગીતો અને ક્રિકેટ કોમેન્ટ્રી સાંભળવા લોકો ટોળે વળતા. રેડિયો શરૂઆતમાં ધનિકોનું પ્રતીક હતું, પણ સમય જતાં રેડિયો સામાન્ય જનતાનું મનોરંજનનું માધ્યમ બન્યું. લોકો મન ભરીને રેડિયો સાંભળતા. વર્ષ ૧૯૪૦થી૨૦૦૫ માં જે જૂનાંઅને નવા ગીતો રેડિયો પર પ્રસારિત થયાં તે બધાં આજે અમર ગીતોની યાદીમાં આવે છે. ૬૦ થી ૯૦ ના દાયકામાં 'બિનાકા ગીતમાલા' કાર્યક્રમ રેડિયો પર ખૂબ લોકપ્રિય થયો. આ કાર્યક્રમને સાંભળવા દર બુધવારની રાત્રે આઠ વાગે જ્યાં જ્યાં રેડિયો હોય ત્યાં, પાનની દુકાને, હોટલ પર, ચોકમાં રીતસર ભીડ ભેગી થઈ જતી. જે દુકાન કે હોટલમાં રેડિયો હોય ત્યાં ખૂબ ભીડ રહેતી જેનો ફાયદો તેના માલિકને થતો. આ કાર્યક્રમના સંચાલક હતા અમીન સયાની...તેમણે રેડિયો સંચાલનની એક નવી શૈલી આપી જે આજે પણ ખૂબ પ્રચલિત છે. દેશ માં આજે પણ લોકો ને રેડીઓ વગર હાલવાનું નથી જે એક સત્ય હકીકત છે .

સંદર્ભ :વિવિધ અખબારી અહેવાલ ને વિકિપીડિયા અને રેડીઓ નો ઇતિહાસ

www.ingramcontent.com/pod-product-compliance
Lightning Source LLC
Chambersburg PA
CBHW022044150726
47990CB00004B/1611